trường học - مدرسه	2
du lịch - سفر	5
vận chuyển - حمل و نقل	8
thành phố - شهر	10
phong cảnh - چشم انداز	14
khách sạn - رستوران	17
siêu thị - سوپرمارکت	20
thức uống ha - نوشیدنی ها	22
thức ăn - غذا	23
nông trại - مزرعه	27
nhà - خانه	31
phòng khách - اتاق نشیمن	33
bếp - آشپزخانه	35
phòng tắm - حمام	38
phòng trẻ em - اتاق بچه	42
y phục - لباس	44
văn phòng - اداره	49
kinh tế - اقتصاد	51
nghề nghiệp - مشاغل	53
dụng cụ - ابزارآلات	56
nhạc cụ - آلات موسیقی	57
vườn bách thú - باغ وحش	59
thể thao - ورزش ها	62
các hoạt động - فعالیت ها	63
gia đình - خانواده	67
cơ thể - بدن	68
bệnh viện - بیمارستان	72
cấp cứu - موقعیت اضطراری	76
trái đất - کره زمین	77
đồng hồ - ساعت	79
tuần lễ - هفته	80
năm - سال	81
hình dạng - اشکال	83
màu sắc - رنگ ها	84
đối lập - متضاد ها	85
con số - اعداد	88
các ngôn ngữ - زبان ها	90
ai / cái gì / như thế nào - چه کسی / چه چیزی / چگونه	91
ở đâu - کجا	92

Impressum
Verlag: BABADADA GmbH, Nedderfeld 112 , 22529 Hamburg
Geschäftsführer / Verlagsleitung: Harald Hof
Druck: Books on Demand GmbH, In de Tarpen 42, 22848 Norderstedt

Imprint
Publisher: BABADADA GmbH, Nedderfeld 112 , 22529 Hamburg, Germany
Managing Director / Publishing direction: Harald Hof
Print: Books on Demand GmbH, In de Tarpen 42, 22848 Norderstedt, Germany

trường học

مدرسه

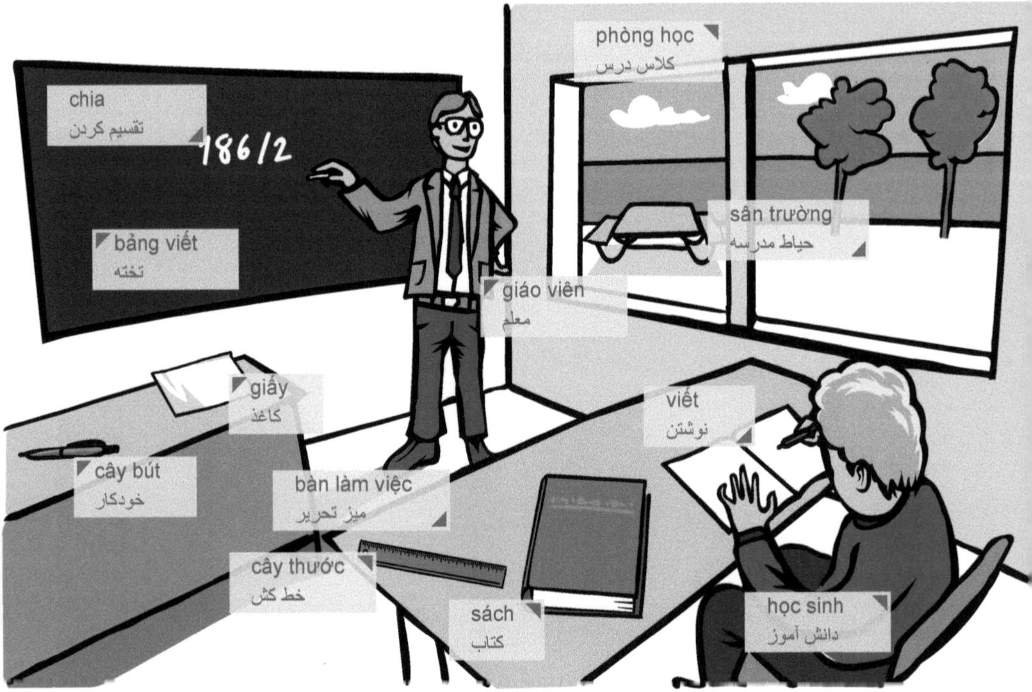
phòng học
کلاس درس
chia
تقسیم کردن
186/2
bảng viết
تخته
sân trường
حیاط مدرسه
giáo viên
معلم
giấy
کاغذ
viết
نوشتن
cây bút
خودکار
bàn làm việc
میز تحریر
cây thước
خط کش
sách
کتاب
học sinh
دانش آموز

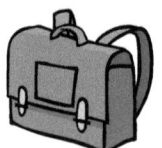

cặp đeo vai học sinh

....

کیف مدرسه

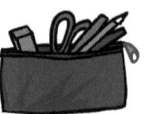

hộp đựng bút

....

جامدادی

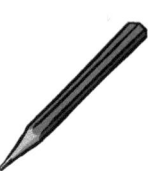

bút chì

....

مداد

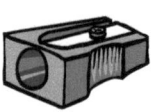

cái gọt bút chì

....

تراش

cục tẩy

....

پاک کن

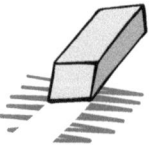

tập giấy vẽ

....

دفتر رسم

bản vẽ

طراحی

cọ vẽ

قلم مو

hộp mực vẽ

جعبه ی آبرنگ

cây kéo

قیچی

keo dán

چسب

sách bài tập

کتاب تمرین

bài tập ở nhà

تکلیف خانه

số

رقم

cộng

جمع کردن

trừ

تفریق کردن

nhân

ضرب کردن

tính toán

محاسبه کردن

chữ cái

حرف الفبا

bảng chữ cái

الفبا

từ

کلمه

văn bản

متن

đọc

خواندن

phấn viết

گچ

bài học

درس

sổ lớp

ثبت نام

thi kiểm tra

امتحان

chứng chỉ

مدرک رسمی

đồng phục học sinh

لباس مدرسه

giáo dục

تحصیلات

từ điển bách khoa

دانشنامه

đại học

دانشگاه

kính hiển vi

میکروسکوپ

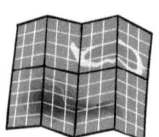

bản đồ

نقشه

thùng rác giấy

سبد کاغذ باطله

khách sạn
هتل

Grand

nhà trọ
مسافرخانه

ROOMS

quầy đổi tiền
صرافی

EXCHANGE

va li
چمدان

xe ô tô
اتومبیل

ngôn ngữ

زبان

có / không

بله / خیر

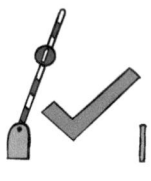

ô kê

اکی

Xin chào

سلام

thông dịch viên

مترجم

cám ơn

ممنون

... bao nhiêu tiều?

قیمت ... چه قدر است؟

tôi không hiểu

من متوجه نمی شوم

vấn đề

مشکل

Xin chào! (buổi tối)

عصر بخیر! / شب بخیر!

xin chào! (buổi sáng)

صبح بخیر!

chúc ngủ ngon!

شب بخیر!

tạm biệt

خدانگهدار

hướng đi

جهت

hành lý

بار سفر

túi xách

کیف

túi ba lô

کوله پشتی

khách

مهمان

phòng

اتاق

túi ngủ

کیسه خواب

lều

خیمه

thông tin du lịch

مرکز راهنمای گردشگران

bãi biển

ساحل

thẻ tín dụng

کارت اعتباری

ăn sáng

صبحانه

ăn trưa

نهار

ăn tối

شام

vé xe

بلیط

thang máy

آسانسور

tem bưu điện

مهر

biên giới

مرز

hải quan

گمرک

đại sứ quán

سفارتخانه

thị thực

ویزا

hộ chiếu

گذرنامه

vận chuyển

حمل و نقل

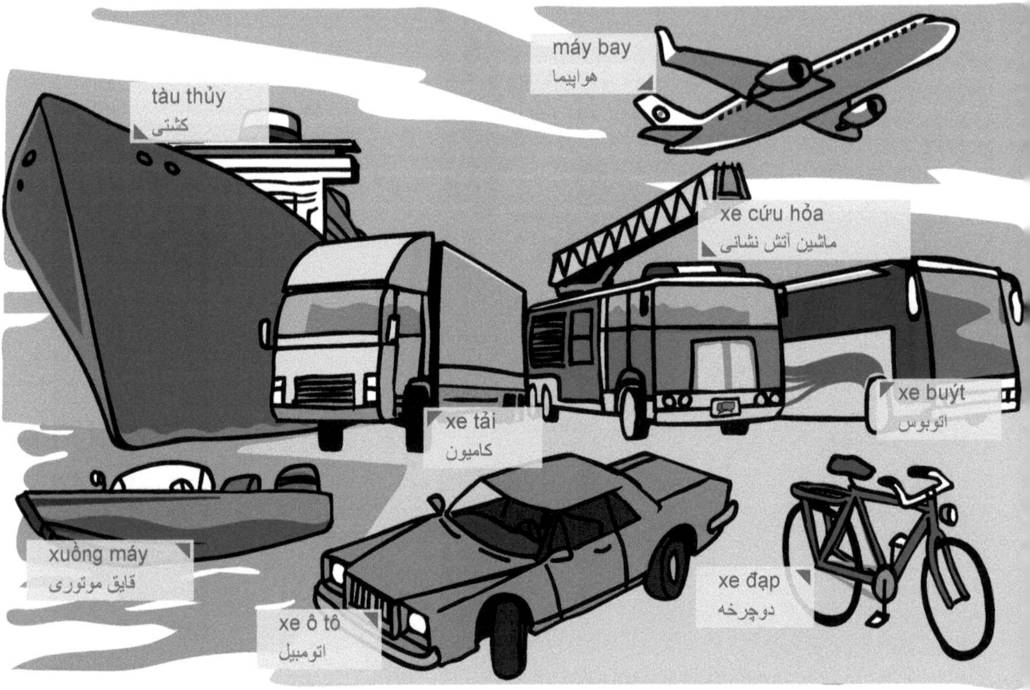

máy bay
هواپیما
tàu thủy
کشتی
xe cứu hỏa
ماشین آتش نشانی
xe buýt
اتوبوس
xe tải
کامیون
xuồng máy
قایق موتوری
xe đạp
دوچرخه
xe ô tô
اتومبیل

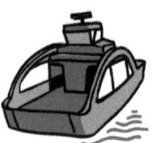

phà

کشتی مسافربری

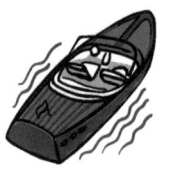

xuồng

قایق

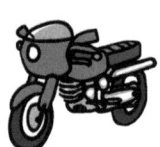

xe máy

موتورسیکلت

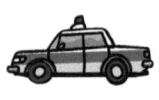

xe cảnh sát

ماشین پلیس

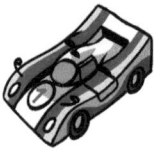

xe đua

ماشین مسابقه

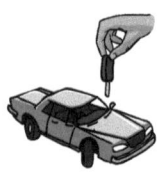

xe cho thuê

ماشین کرایه ای

dịch vụ thuê xe tự lái

به اشتراک گذاری اتوموبیل

xe kéo cứu hộ

جرثقیل

xe rác

ماشین حمل زباله

động cơ

موتور

xăng

بنزین

trạm xăng

پمپ بنزین

biển báo giao thông

تابلو راهنمایی و رانندگی

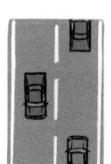

giao thông

عبور و مرور

ách tắc giao thông

ترافیک

bãi đậu xe

پارکینگ

nhà ga

ایستگاه قطار

đường ray

ریل راه آهن

xe lửa

قطار

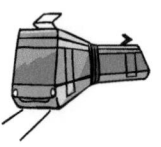

tàu điện

قطار برقی

toa xe

واگن

máy bay trực thăng

هلیکوپتر

sân bay

فرودگاه

tháp

برج

hành khách

مسافر

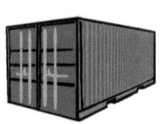

côngtenơ

کانتینر

thùng các-tông

کارتن

xe đẩy

گاری

cái giỏ

سبد

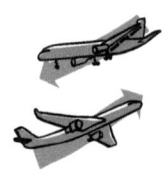

cất cánh / hạ cánh

به پرواز درآمدن / فرود آمدن

thành phố

شهر

làng

دهکده

trung tâm thành phố

مرکز شهر

nhà

خانه

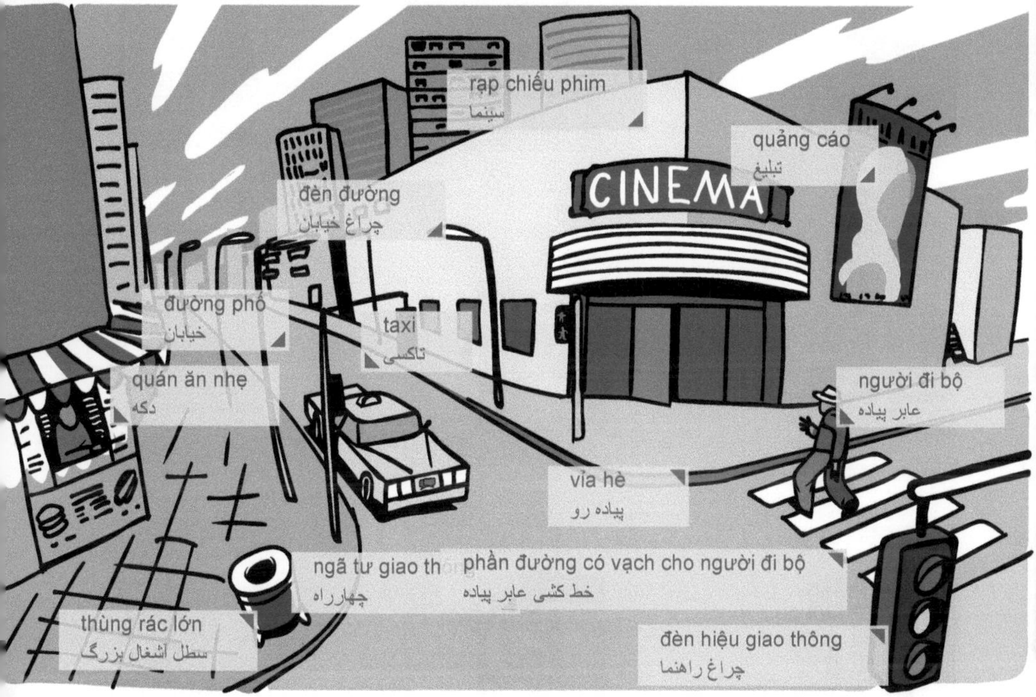

rạp chiếu phim
سینما

quảng cáo
تبلیغ

đèn đường
چراغ خیابان

CINEMA

đường phố
خیابان

taxi
تاکسی

quán ăn nhẹ
دکه

người đi bộ
عابر پیاده

vỉa hè
پیاده رو

ngã tư giao thông
چهارراه

phần đường có vạch cho người đi bộ
خط کشی عابر پیاده

thùng rác lớn
سطل آشغال بزرگ

đèn hiệu giao thông
چراغ راهنما

nhà chòi
....
کلبه

căn hộ
....
آپارتمان

nhà ga
....
ایستگاه قطار

tòa thị chính
....
ساختمان شهرداری

viện bảo tàng
....
موزه

trường học
....
مدرسه

đại học

دانشگاه

ngân hàng

بانک

bệnh viện

بیمارستان

khách sạn

هتل

hiệu thuốc

داروخانه

văn phòng

اداره

hiệu sách

کتابفروشی

cửa hiệu

مغازه

cửa hiệu bán hoa

گل فروشی

siêu thị

سوپرمارکت

chợ

بازار

cửa hàng bách hóa

فروشگاه بزرگ

người bán cá

ماهی فروش

trung tâm mua bán

مرکز خرید

bến cảng

بندر

công viên

پارک

ghế băng

نیمکت

cầu

پل

cầu thang

پله

tàu điện ngầm

مترو

đường hầm

تونل

trạm xe buýt

ایستگاه اتوبوس

quán bar

میخانه

khách sạn

رستوران

hòm thư công cộng

صندوق پست

bảng hiệu đường

تابلوی خیابان

đồng hồ đậu xe

دستگاه پارکومتر

vườn bách thú

باغ وحش

bể bơi

استخر شنای عمومی

nhà thờ Hồi giáo

مسجد

nông trại

مزرعه

ô nhiễm môi trường

آلودگی محیط زیست

nghĩa trang

قبرستان

nhà thờ

کلیسا

sân chơi

زمین بازی

ngôi đền

معبد

phong cảnh

چشم انداز

lá cây
برگ

bảng chỉ đường
تابلوی راهنمای مسیر

lối đi
راه

bãi cỏ
چمنزار

hòn đá
سنگ

cây
درخت

người đi bộ đường dài
راه نورد

sông
رودخانه

cỏ
چمن

bông hoa
گل

thung lũng

دره

đồi

تپه

hồ nước

دریاچه

rừng

جنگل

sa mạc

بیابان

núi lửa

کوه آتشفشان

lâu đài

قلعه

cầu vồng

رنگین کمان

nấm

قارچ

cây cọ

درخت نخل

con muỗi

پشه

con ruồi

مگس

con kiến

مورچه

con ong

زنبور

con nhện

عنکبوت

bọ cánh cứng

سوسک

con ếch

قورباغه

con sóc

سنجاب

con nhím

جوجه تیغی

con thỏ

خرگوش صحرایی

con cú

جغد

con chim

پرنده

thiên nga

قو

heo rừng

گراز

con hươu

گوزن نر

nai sừng tấm

گوزن شمالی

đê

سد آب

tuabin gió

توربین بادی

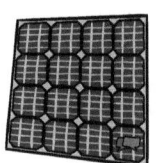

tấm năng lượng mặt trời

صفحه ی خورشیدی

khí hậu

آب و هوا

khách sạn

رستوران

bồi bàn
پیشخدمت رستوران
thực đơn
منوی غذا
ghế
صندلی
súp
سوپ
bánh pizza
پیتزا
khăn trải bàn
رومیزی
bộ dao nĩa ăn
سرویس کارد و قاشق و چنگال

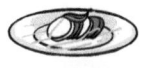

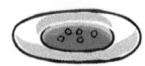

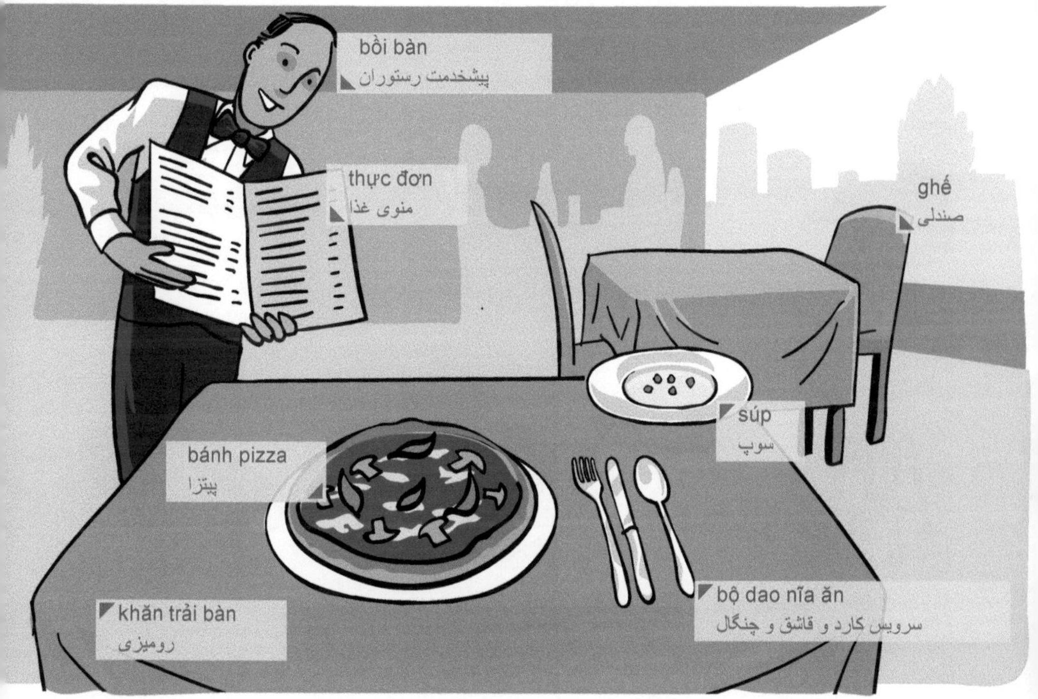

món ăn khai vị

پیش‌غذا

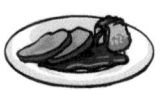

món ăn chính

غذای اصلی

món tráng miệng

دسر

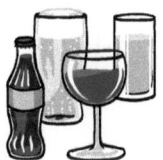

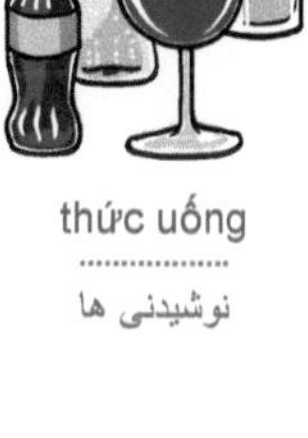

thức uống

نوشیدنی ها

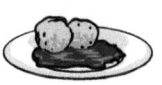

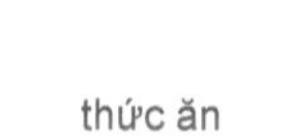

thức ăn

غذا

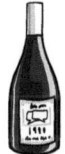

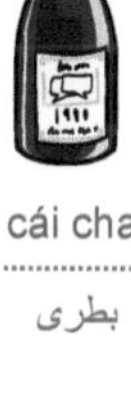

cái chai

بطری

thức ăn nhanh

فست فود

thức ăn đường phố

اغذیه خیابانی

ấm trà

قوری

hộp đường

قندان

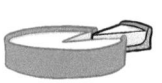

khẩu phần

پُرس غذا

máy pha espresso

دستگاه اسپرسو

ghế cao

صندلی پایه بلند غذاخوری بچه

hóa đơn

صورتحساب

khay

سینی

dao

چاقو

nĩa

چنگال

thìa

قاشق

thìa uống trà

قاشق چایخوری

khăn ăn

دستمال سفره

cốc thủy tinh

لیوان

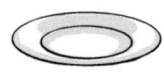

đĩa

بشقاب

đĩa súp

بشقاب سوپخوری

đĩa lót cốc

نعلبکی

nước sốt

سس

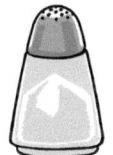

lọ muối

نمکدان

cái xay tiêu

فلفل ساب

giấm

سرکه

dầu

روغن خوراکی

gia vị

ادویه جات

nước xốt cà chua

سس کچاپ

tương hạt cải

سس خردل

nước sốt mayonnaise

سس مایونز

siêu thị

سوپرمارکت

chào giá đặc biệt
پیشنهاد ویژه
FOR
khách hàng
مشتری
sản phẩm từ sữa
لبنیات
trái cây
میوه جات
xe đẩy mua sắm
چرخ دستی خرید

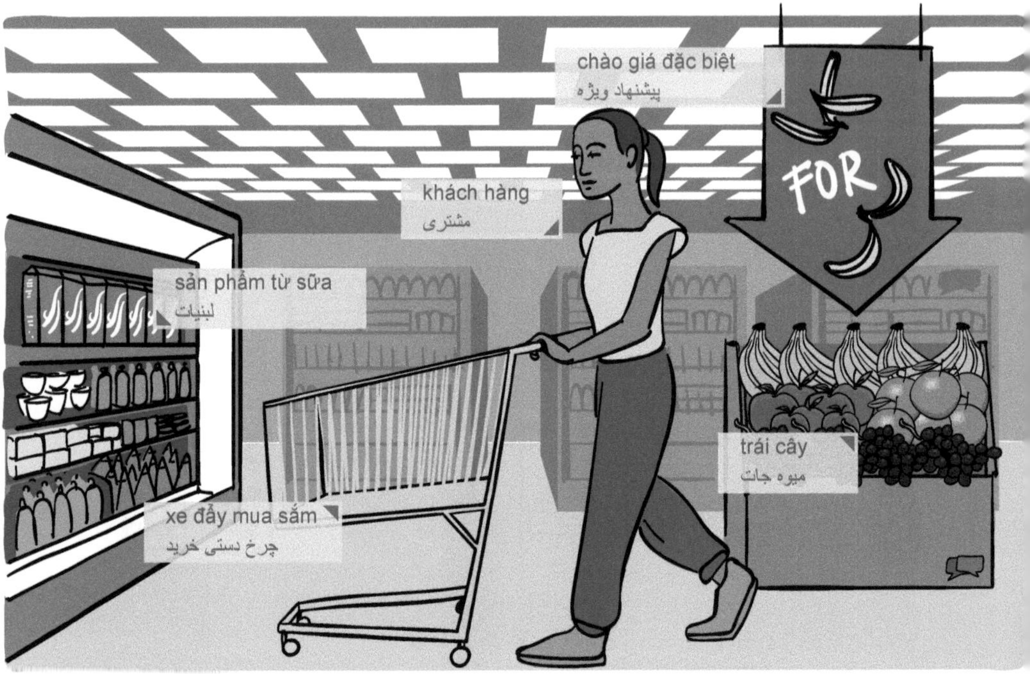

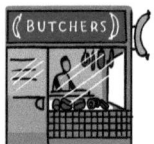

BUTCHERS

lò mổ

قصابی

BAKERY

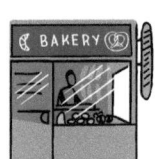

cửa hiệu bán bánh mì

نانوایی

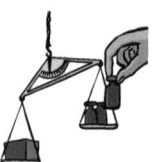

cân nặng

وزن کردن

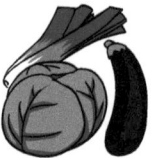

rau quả

سبزیجات

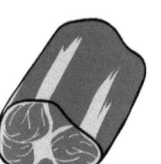

thịt

گوشت

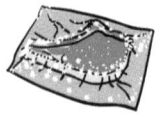

thức ăn đông lạnh

غذای منجمد

lát thịt nguội

مخلوطی از انواع کالباس یا پنیر که ورقه ای بریده شده باشند

đồ hộp

غذای کنسروی

bột giặt

پودر لباسشویی

đồ ngọt

شیرینی جات

sản phẩm dùng trong gia đình

لوازم خانگی

chất tẩy rửa

ماده شوینده و پاک کننده

người bán hàng

فروشنده

quầy trả tiền

صندوق پرداخت

nhân viên thu ngân

صندوقدار

danh sách mua sắm

لیست خرید

giờ mở cửa

ساعات کار

ví tiền

کیف پول

thẻ tín dụng

کارت اعتباری

túi đeo

کیف

túi ny lông

کیسه ی پلاستیکی

nước

آب

nước quả ép

آبمیوه

sữa

شیر

coca-cola

نوشابه کوکاکولا

rượu vang

شراب

bia

آبجو

cồn

الکل

cacao

کاکائو

trà

چای

cà phê

قهوه

espresso

قهوه اسپرسو

cappuccino

کاپوچینو

chuối

موز

quả táo

سیب

quả cam

پرتقال

dưa hấu

انواع هندوانه و خربزه

chanh

لیمو

cà rốt

هویج

tỏi

سیر

tre

نی بامبو

củ hành

پیاز

nấm

قارچ

hạt dẻ

آجیل

mì

ماکارونی

mì spaghetti

اسپاگتی

cơm

برنج

xà lách

سالاد

khoai tây chiên

سیب زمینی سرخ کرده

khoai tây chiên

سیب زمینی سرخ شده

bánh pizza

پیتزا

bánh hamburger

همبرگر

bánh mì sandwich

ساندویچ

thịt côtlet

شنیتسل

thịt giăm bông

ژامبون خوک

xúc xích

سالامی

dồi

سوسیس

gà

مرغ

rán

نوعی گوشت سرخ شده

cá

ماهی

cháo yến mạch

جوی پرک شده

cháo muesli

نوعی صبحانه مخلوطی از برگه ذرت و
میوه های خشک شده و خشکبار که
معمولا با شیر خورده می شود

bánh bột ngô nướng

کورنفلکس

bột mì

آرد

bánh sừng bò

کرواسان

bánh mì

نان بروتشن

bánh mì

نان

bánh mì nướng

نان تست

bánh bích quy

بیسکویت

bơ

کره

sữa đông

کشک

bánh ngọt

کیک

trứng

تخم مرغ

trứng rán

تخم مرغ نیمرو

pho mát

پنیر

kem

بستنى

đường

شكر

mật ong

عسل

mứt

مربا

kem nougat

كرم شكلاتى بادامى

cà ri

ادويه كارى

nông trại
مزرعه

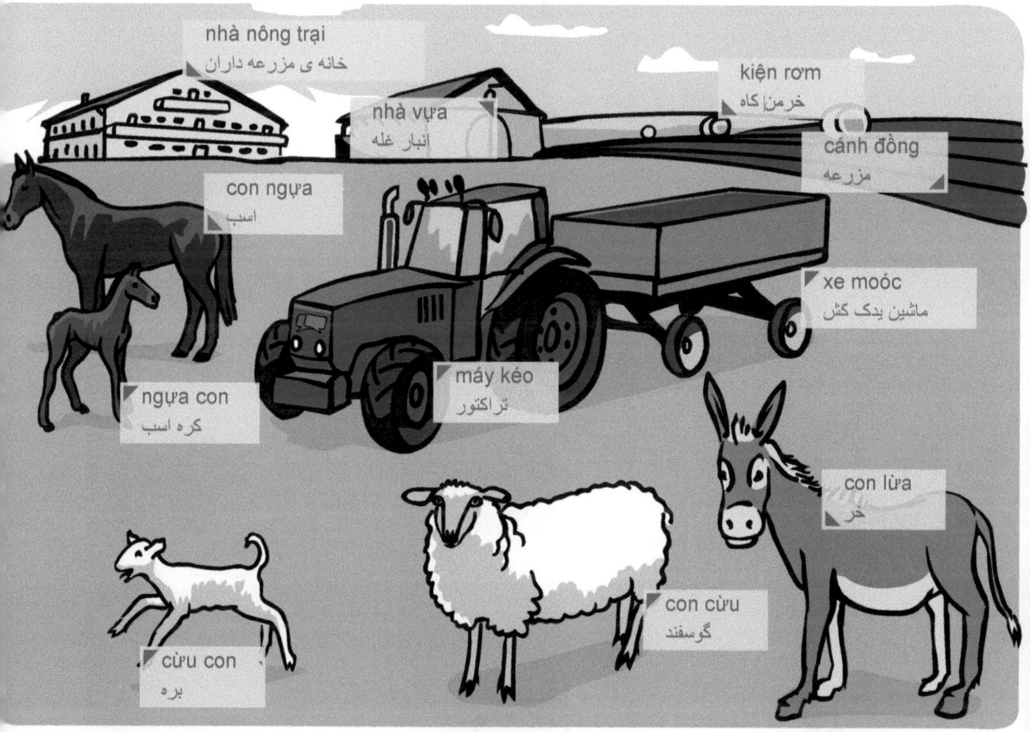
nhà nông trại
خانه ی مزرعه داران
nhà vựa
انبار غله
kiện rơm
خرمن کاه
cánh đồng
مزرعه
con ngựa
اسب
xe moóc
ماشین یدک کش
máy kéo
تراکتور
ngựa con
کره اسب
con lừa
خر
con cừu
گوسفند
cừu con
بره

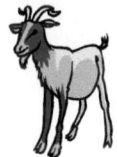

con dê
بز

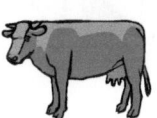

con bò
گاو ماده

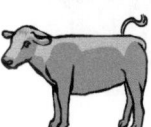

con bê
گوساله

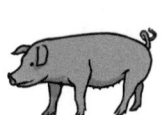

con lợn
خوک

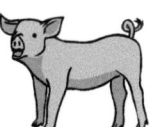

lợn con
بچه خوک

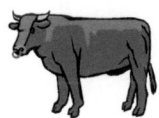

bò đực
گاو نر

con ngỗng

غاز

con vịt

اردک

gà con

جوجه

gà mái

مرغ

gà trống

خروس

con chuột

موش صحرایی

mèo

گربه

chuột nhắt

موش

bò đực

گاو نر اخته

con chó

سگ

nhà chuồng chó

لانه ی سگ

ống tưới vườn cây

شلنگ باغبانی

thùng tưới cây

آبپاش

lưỡi hái

داس دسته بلند

cái cày

گاوآهن

cái liềm

داس

cái cuốc

کج بیل

cái chĩa

چنگک باغبانی

cái rìu

تبر

xe cút kít

فرقون

máng ăn

آبشخور

lọ sữa

بطری نگهداری شیر

bao tải

کیسه

hàng rào

حصار

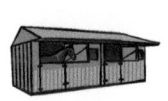

chuồng

اصطبل

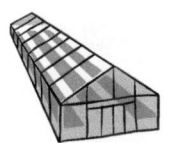

nhà kính trồng cây

گلخانه

đất trồng

خاک

hạt giống

بذر

phân bón

کود

máy gặt đập liên hợp

ماشین کمباین

thu hoạch

برداشت کردن محصول

mùa thu hoạch

محصول

khoai lang

تمیس

lúa mì

گندم

đậu nành

سویا

khoai tây

سیب زمینی

ngô

ذرت

hạt cải dầu

کلزا

cây ăn trái

درخت میوه

sắn

گیاه مانیوک

ngũ cốc

غلات

nhà
خانه

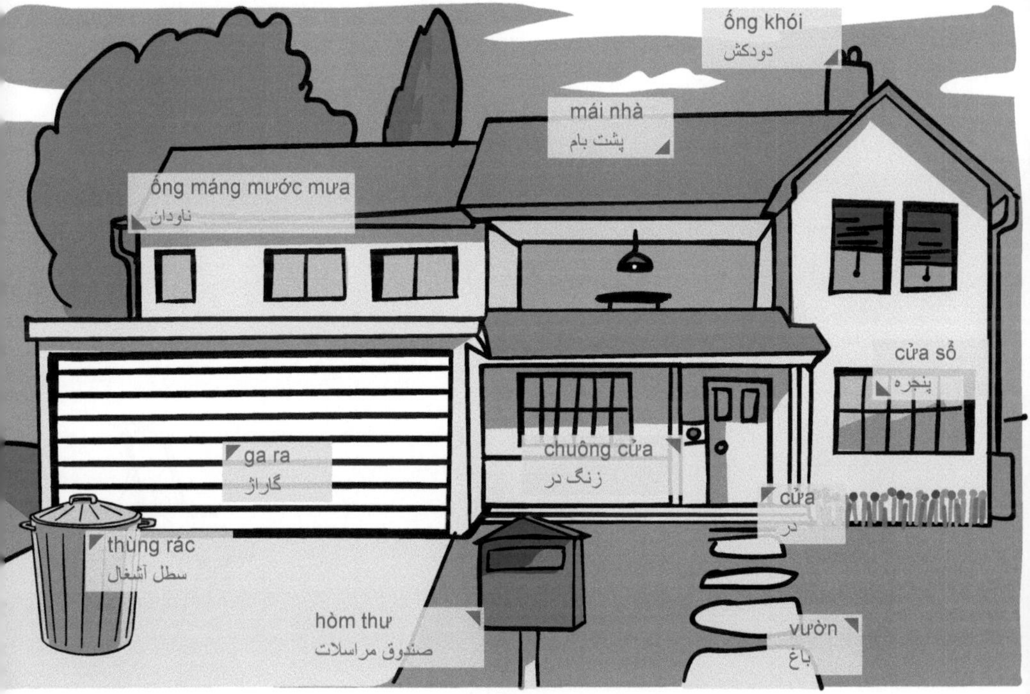
ống khói
دودکش
mái nhà
پشت بام
ống máng mước mưa
ناودان
cửa sổ
پنجره
chuông cửa
زنگ در
ga ra
گاراژ
cửa
در
thùng rác
سطل آشغال
hòm thư
صندوق مراسلات
vườn
باغ

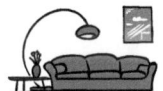

phòng khách
اتاق نشیمن

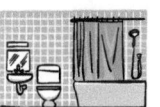

phòng tắm
حمام

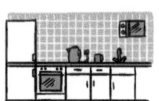

bếp
آشپزخانه

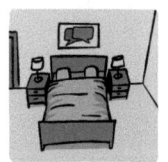

phòng ngủ
اتاق خواب

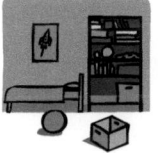

phòng trẻ em
اتاق بچه

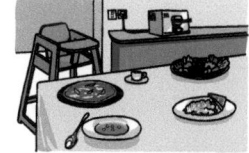

phòng ăn
ناهارخوری

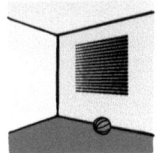

nền nhà

كف زمين

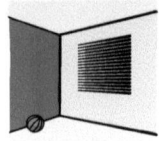

tường

ديوار

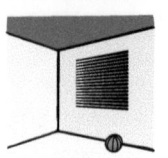

trần nhà

سقف

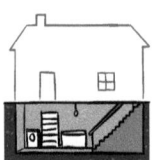

tầng hầm

زيرزمين

tắm hơi

سونا

ban công

بالكن

sân hiên

تراس

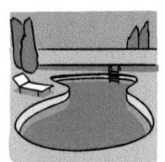

bể bơi

استخر

máy cắt cỏ

ماشين چمنزنى

khăn trải giường

ملافه

khăn trải giường

روتختى

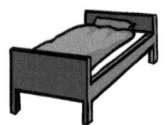

giường

تخت خواب

chổi

جارو

cái xô

سطل

công tắc điện

سويچ يا كليد

phòng khách
اتاق نشیمن

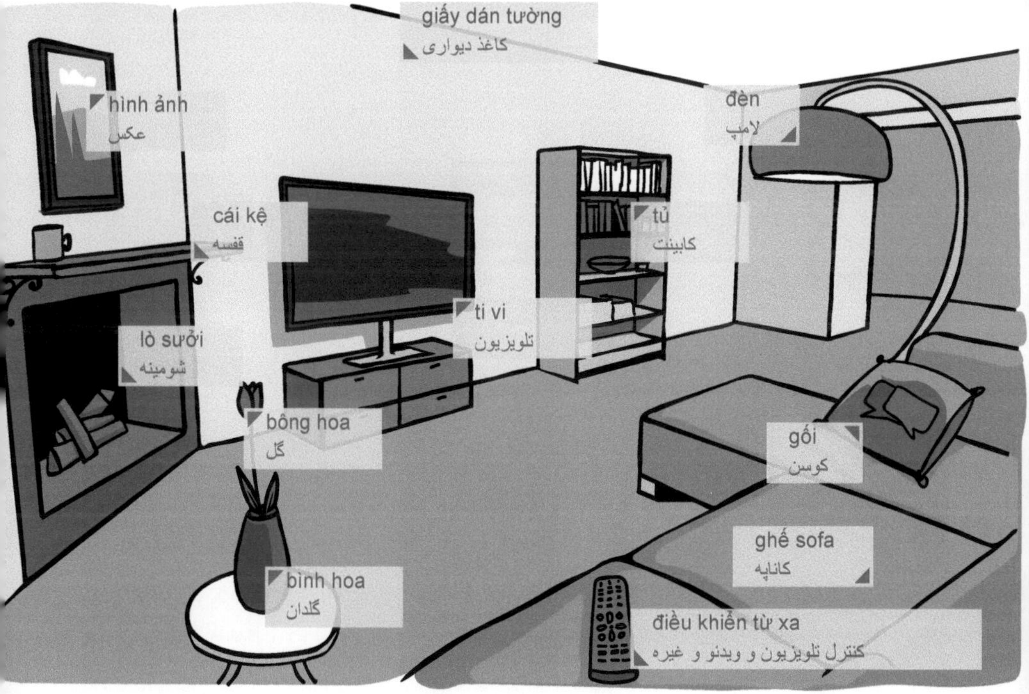
giấy dán tường
کاغذ دیواری
hình ảnh
عکس
đèn
لامپ
cái kệ
قفسه
tủ
کابینت
ti vi
تلویزیون
lò sưởi
شومینه
bông hoa
گل
gối
کوسن
ghế sofa
کاناپه
bình hoa
گلدان
điều khiển từ xa
کنترل تلویزیون و ویدئو و غیره

thảm
فرش

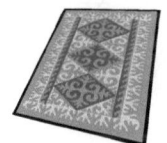

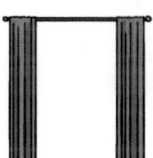

rèm
پرده

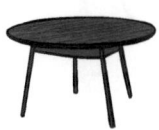

cái bàn
میز

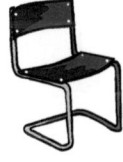

ghế
صندلی

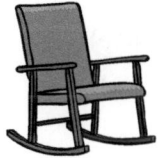

ghế bập bênh
صندلی گهواره ایی

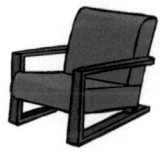

ghế bành
صندلی راحتی

sách

كتاب

cái chăn

لحاف

đồ trang trí

دكوراسيون

củi

هيزم

phim

فيلم

máy hi-fi

دستگاه ضبط صوت

chìa khóa

كليد

báo

روزنامه

bức tranh

تابلو نقاشی

áp phích

پوستر

radio

راديو

sổ ghi chép

دفترچه يادداشت

máy hút bụi

جاروبرقی

cây xương rồng

كاكتوس

cây nến

شمع

bếp

آشپزخانه

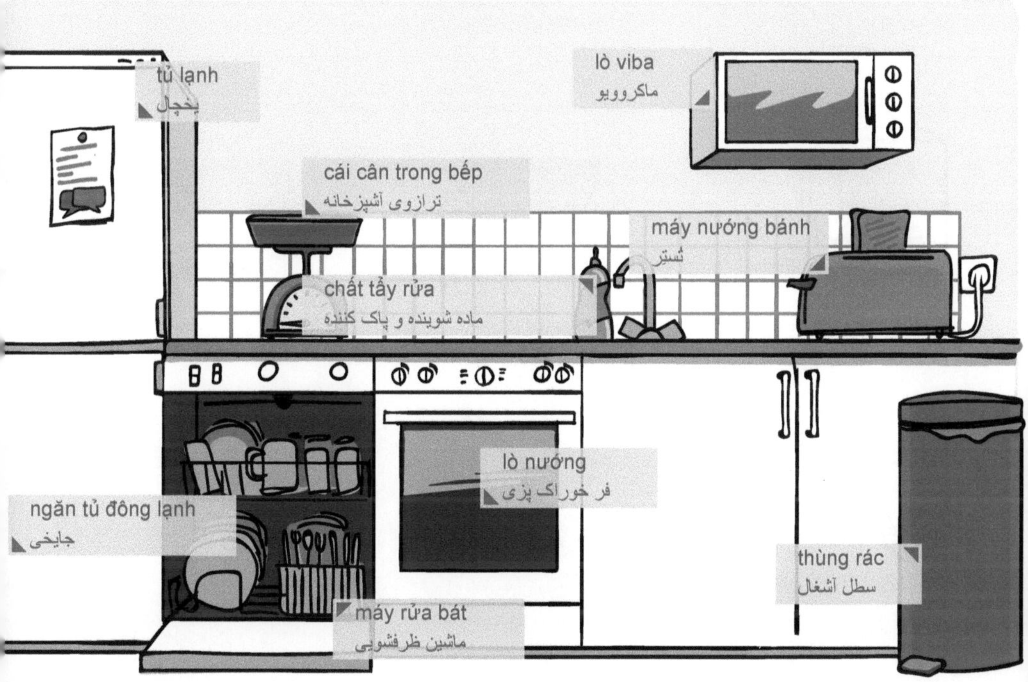
tủ lạnh
یخچال
lò viba
ماکروویو
cái cân trong bếp
ترازوی آشپزخانه
máy nướng bánh
تُستر
chất tẩy rửa
ماده شوینده و پاک کننده
lò nướng
فر خوراک پزی
ngăn tủ đông lạnh
جایخی
thùng rác
سطل آشغال
máy rửa bát
ماشین ظرفشویی

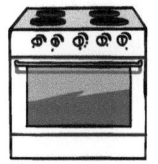

lò nấu

اجاق گاز

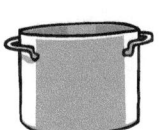

nồi

قابلمه

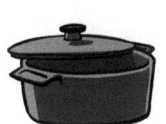

nồi sắt

قابلمه چدنی

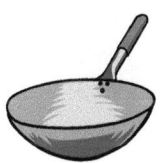

chảo

ماهی تابه گود

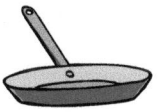

chảo

ماهی تابه

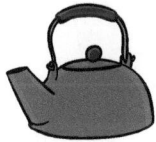

ấm đun nước

کتری

nồi đun hơi

بخارپز

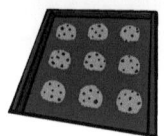

khay lò nướng

سینی فر

bát đĩa

ظرف چینی آشپزخانه

cốc

لیوان

cái bát

کاسه

đũa

چاپستیک

cái vá

ملاقه

bàn xẻng

کفگیر

que đánh kem

همزن

rây dùng trong bếp

آبکش

cái rây lọc

آبکش

cái nạo

رنده

vữa

هاون

vỉ nướng

باربیکیو

ngọn lửa trần

محل مخصوص افروختن آتش

cái thớt

تخته گوشت و سبزی

trục cán bột

وردنه

cái mở nút chai

در بطری بازکن

vỏ đồ hộp

قوطی

cái mở vỏ đồ hộp

در قوطی بازکن

miếng nhấc nồi

دستگیره پارچه ای

bồn rửa bát

سینک ظرفشویی

bàn chải

برس گردگیری

miếng xốp

اسفنج

máy xay

مخلوط کن

tủ đông lạnh

فریزر

bình sữa cho trẻ sơ sinh

شیشه شیر بچه

vòi nước

شیر آب

phòng tắm

حمام

lò sưởi
بخاری
vòi hoa sen
دوش
khăn lau
حوله
rèm che ngăn tắm
پرده ی حمام
tắm bọt
حمام کف
bồn tắm
وان حمام
cốc thủy tinh
لیوان
máy giặt
ماشین لباسشویی
vòi nước
شیر آب
gạch lát
کاشی
cái bô
لگن دستشویی کودکان
bồn rửa bát
سینک ظرفشویی

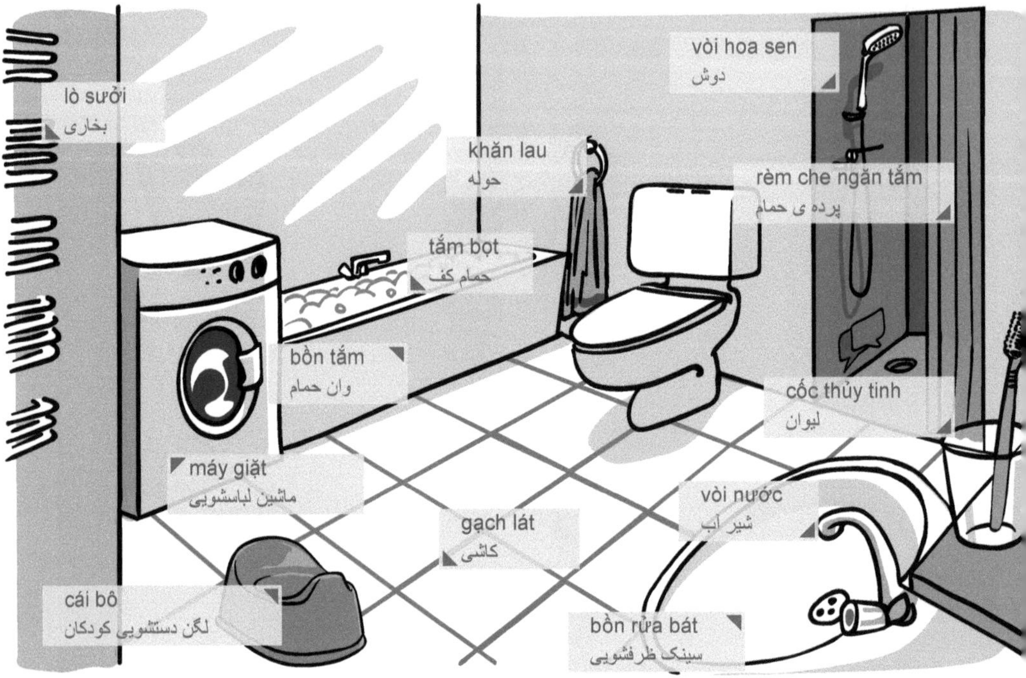

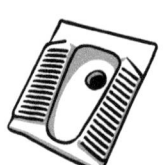

bồn cầu

توالت

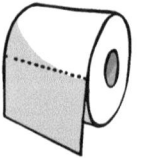

bồn cầu ngồi xổm

توالت ایرانی

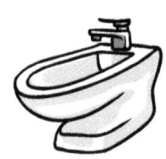

bồn rửa hậu môn

کاسه توالت

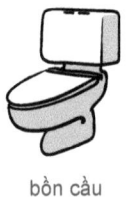

bồn tiểu tiện

توالت مخصوص آقایان

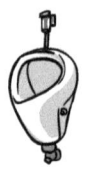

giấy vệ sinh

دستمال توالت

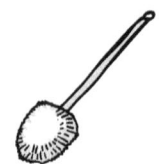

bàn chải cọ bồn cầu

فرچه توالت

bàn chải đánh răng

مسواک

kem đánh răng

خمیردندان

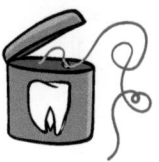

chỉ nha khoa

نخ دندان

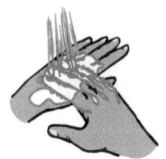

rửa

شستن

vòi sen cầm tay

دوش آب تلفنی

vòi rửa hậu môn

شلنگ توالت

bồn rửa

لگن روشویی

bàn chải cọ lưng

برس شست و شوی پشت

xà phòng

صابون

sữa tắm

شامپو بدن

dầu gội

شامپو

khăn cọ để tắm

لیف حمام

lỗ thoát nước

راه آب

kem

کرم

chất khử mùi

اسپری دئودورانت

gương

آیینه

gương tay

آیینه ی کوچک دستی

dao cạo râu

تیغ ریش تراشی

kem cạo râu

کف ریش تراشی

nước thơm dùng sau khi
cạo râu

آفترشیو

cái lược

شانه ی سر

bàn chải

برس

máy xấy tóc

سشوار

keo xịt tóc

اسپری مو

đồ trang điểm

آرایش

thỏi son môi

رژلب

sơn bôi móng

لاک ناخن

bông

پنبه

kéo cắt móng

قیچی ناخن

nước hoa

عطر

túi đựng đồ tắm

کیف لوازم آرایشی و بهداشتی

ghế đẩu

چهارپایه

cái cân

ترازو

áo choàng tắm

حوله ی پالتویی

găng tay làm vệ sinh

دستکش ظرفشویی

nút gạc

تامپون

băng vệ sinh

نوار بهداشتی

nhà vệ sinh hóa chất

توالت سیار

phòng trẻ em
اتاق بچه

đồng hồ báo thức
ساعت زنگدار

thú bông
نوعی عروسک نرم به شکل حیوانات

xe đồ chơi
ماشین اسباب بازی

cái lúc lắc
جغجغه

nhà búp bê
خانه ی عروسکی

món quà
کادو

bong bóng

بادکنک

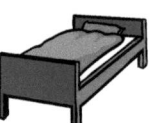

giường

تخت خواب

xe nôi

کالسکه بچه

trò chơi bài

بازی ورق

trò chơi ghép hình

پازل

truyện tranh

داستان مصور

gạch Lego

اسباب بازی لگو

khối xếp hình

خانه سازی

nhân vật hành động

عروسک شخصیت های فیلم و کارتون

áo liền quần cho trẻ sơ sinh

لباس نوزاد

đĩa nhựa để ném

فریزبی

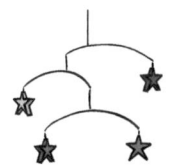

đồ chơi treo trên giường

نوعی اسباب بازی که روی تخت نوزاد
یا کودک نصب می شود

trò chơi cờ bàn

بازی روی صفحه

xúc xắc

تاس

đồ chơi xe lửa mô hình

قطار اسباب بازی

ti giả

پستانک

buổi tiệc

مهمانی

sách tranh

کتاب مصور

quả bóng

توپ

búp bê

عروسک

chơi

بازی کردن

hố cát

جعبه شنی مخصوص بازی کودکان

cái đu

تاب

đồ chơi

اسباب بازی

máy chơi game cầm tay

کنسول بازی های کامپیوتری

xe ba bánh

سه چرخه

gấu bông

خرس عروسکی

tủ quần áo

کمد لباس

y phục

bít tất

جوراب

bít tất dài

جوراب زنانه ساق بلند

quần tất

جوراب شلواری

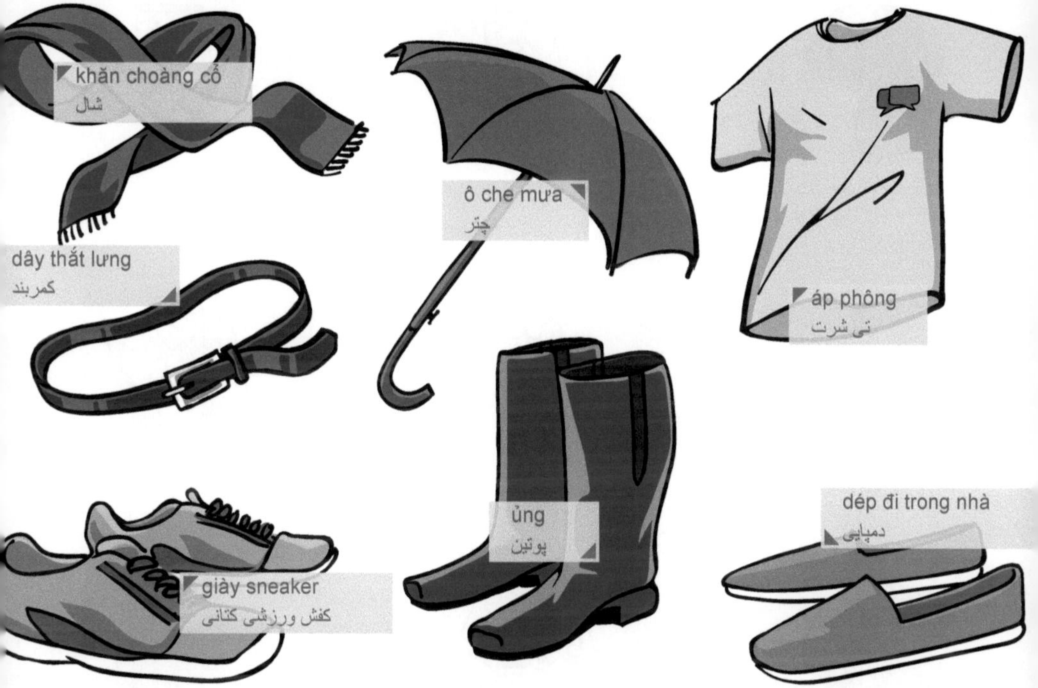

khăn choàng cổ
شال

ô che mưa
چتر

dây thắt lưng
کمربند

áp phông
تی شرت

ũng
پوتین

giày sneaker
کفش ورزشی کتانی

dép đi trong nhà
دمپایی

dép xăng đan
....
صندل

giày
....
کفش

ũng cao su
....
چکمه پلاستیکی

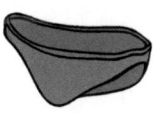
quần lót
....
شرت

áo ngực
....
سوتین

áo vest
....
جلیقه

y phục - لباس

áo ôm sát cơ thể

بادی

quần dài

شلوار

quần bò

جين

váy

دامن

áo cánh

بلوز

áo sơ mi

پیراهن

áo len chui đầu

پولیور

áo len

سویی شرتا

áo blazer

نوعی کت

áo jacket

ژاکت

áo khoác

کت بلند

áo mưa

بارانی

trang phục

لباس نمایش

áo váy

لباس

áo cưới

لباس عروس

bộ com lê

کت و شلوار

áo ngủ

لباس خواب زنانه

pijama

پیژامه

trang phục sari

ساری

khăn trùm đầu

روسری

khăn đội đầu

عمامه

áo burka

برقع

áo captan

قبا

áo aba

عبا

quần áo bơi

لباس شنا

quần bơi

شرت شنا

quần đùi

شلوارک

quần áo tracksuit

لباس ورزشی

tạp dề

پیشبند

găng tay

دستکش

cái cúc

دکمه

kính mắt

عینک

vòng đeo tay

دستبند

vòng cổ

گردنبند

nhẫn

انگشتر

hoa tai

گوشواره

mũ lưỡi trai

کلاه لبه دار

cái mắc treo áo quần

چوب لباسی

mũ

کلاه

cà vạt

کراوات

dây kéo phéc mơ tuya

زیپ

mũ bảo hiểm

کلاه ایمنی

dây đeo quần

بند شلوار

đồng phục học sinh

لباس مدرسه

đồng phục

لباس فرم

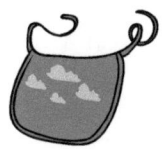

yếm trẻ em

پیش بند بچه

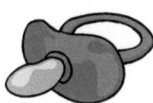

ti giả

پستانک

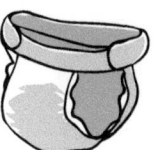

tã lót

پوشک بچه

văn phòng
اداره

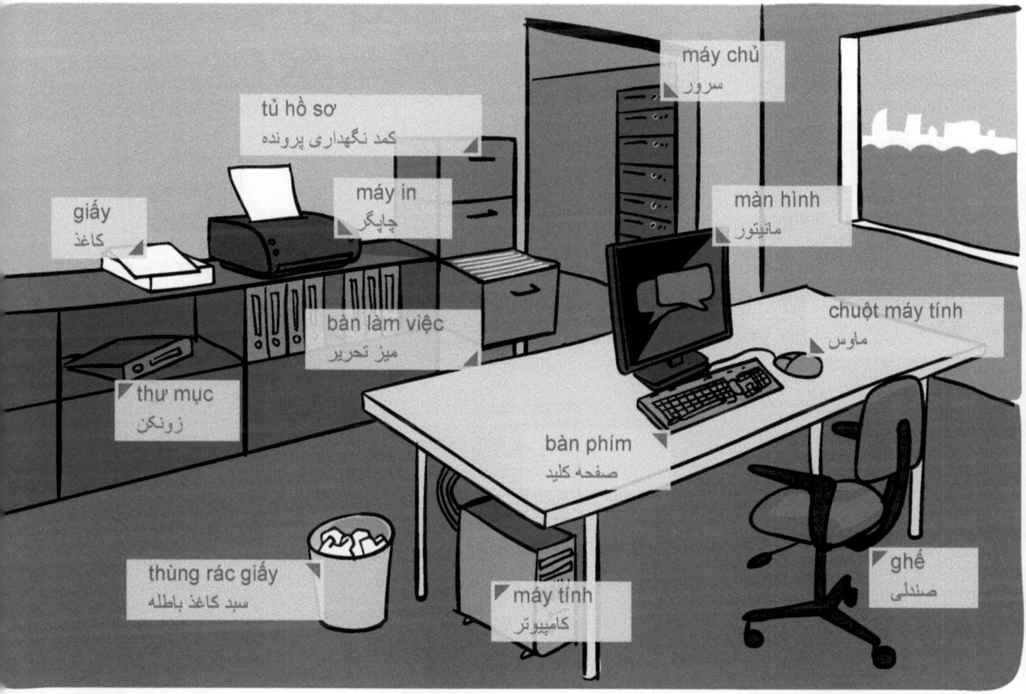

máy chủ
سرور
tủ hồ sơ
کمد نگهداری پرونده
máy in
چاپگر
giấy
کاغذ
màn hình
مانیتور
chuột máy tính
ماوس
bàn làm việc
میز تحریر
thư mục
زونکن
bàn phím
صفحه کلید
thùng rác giấy
سبد کاغذ باطله
máy tính
کامپیوتر
ghế
صندلی

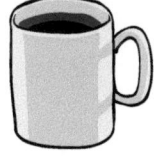

cốc cà phê

لیوان قهوه

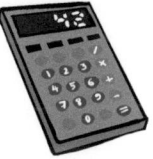

máy tính bỏ túi

ماشین حساب

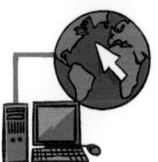

internet

اینترنت

laptop

لپ تاپ

thư

نامه

tin nhắn

پیغام

điện thoại di động

تلفن همراه

mạng

شبکه ی ارتباطی

máy photocopy

دستگاه فتوکپی

phần mềm

نرم افزار

điện thoại

تلفن

ổ cắm điện

پریز

máy fax

دستگاه فاکس

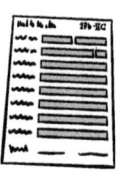

mẫu đơn

فرم

chứng từ

مدرک

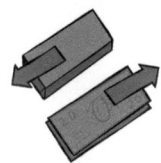

mua

خریدن

trả tiền

پرداخت کردن

buôn bán

تجارت کردن

tiền

پول

đô la

دلار

Euro

یورو

yên

ین

rúp

روبل

franc Thụy Sĩ

فرانک سوئیس

nhân dân tệ

یوان رنمینبی

rupi

روپیه

máy rút tiền tự động

دستگاه خودپرداز

quầy đổi tiền

صرافی

vàng

طلا

bạc

نقره

dầu

نفت

năng lượng

انرژی

giá tiền

قیمت

hợp đồng

قرارداد

thuế

مالیات

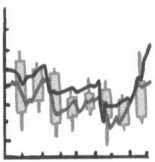

cổ phiếu

سهام سرمایه

làm việc

کار کردن

nhân viên

کارمند

chủ lao động

کارفرما

nhà máy

کارخانه

cửa hiệu

مغازه

kinh tế - اقتصاد

nghề nghiệp

مشاغل

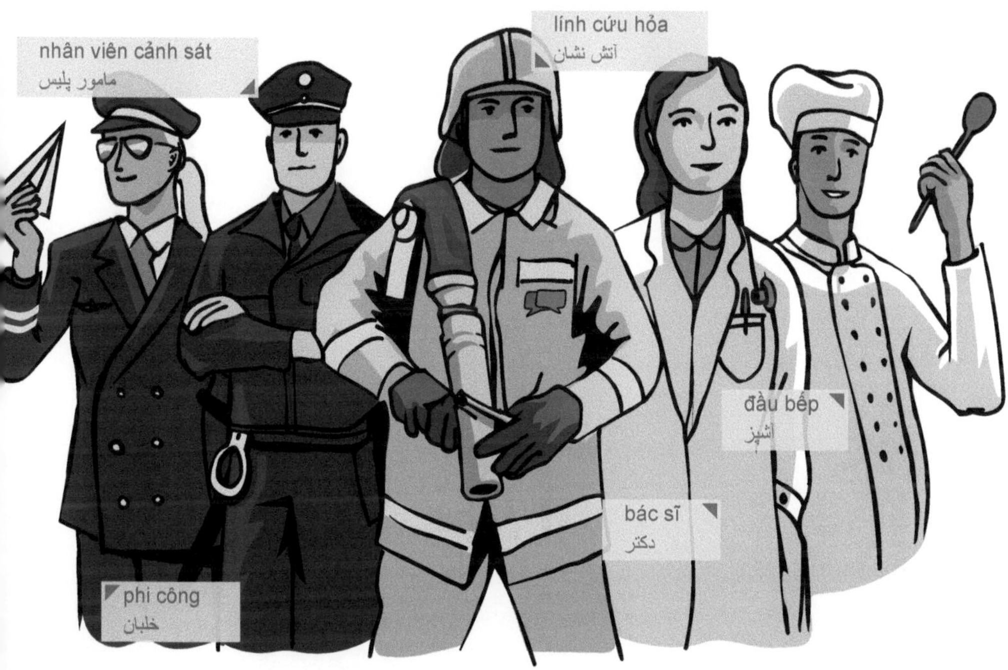

nhân viên cảnh sát
مامور پلیس
lính cứu hỏa
آتش نشان
đầu bếp
آشپز
bác sĩ
دکتر
phi công
خلبان

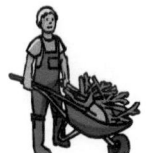

người làm vườn
باغبان

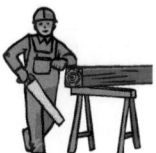

thợ mộc
نجار

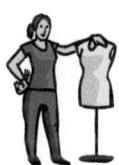

thợ may
خیاط زنانه

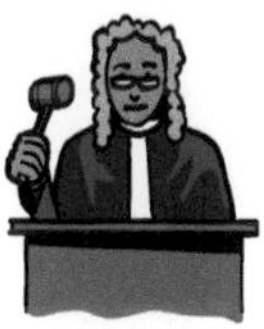

chánh án
قاضی

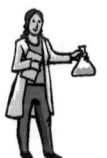

nhà hóa học
شیمیدان

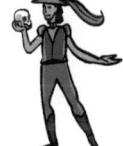

diễn viên
بازیگر

tài xế xe buýt

راننده اتوبوس

người lái taxi

راننده تاکسی

ngư dân

ماهیگیر

người lau dọn vệ sinh

نظافتچی زن

thợ lợp mái nhà

سقف ساز

bồi bàn

پیشخدمت رستوران

thợ săn

شکارچی

họa sĩ

نقاش

thợ làm bánh

نانوا

thợ điện

برقکار

thợ xây dựng

کارگر ساختمانی

kỹ sư

مهندس

người hàng thịt

قصاب

thợ sửa ống nước

لوله کش

người đưa thư

پستچی

người lính

سرباز

kiến trúc sư

معمار

nhân viên thu ngân

صندوقدار

người bán hoa

گل فروش

thợ cắt tóc

آرایشگر

nhân viên soát vé

مامور کنترل بلیط در قطار

thợ cơ khí

مکانیک

thuyền trưởng

ناخدا

nha sĩ

دندانپزشک

nhà khoa học

دانشمند

giáo sĩ Do thái

عالم یهودی

lãnh tụ Hồi giáo

امام

nhà sư

راهب

mục sư

کشیش

dụng cụ

ابزارآلات

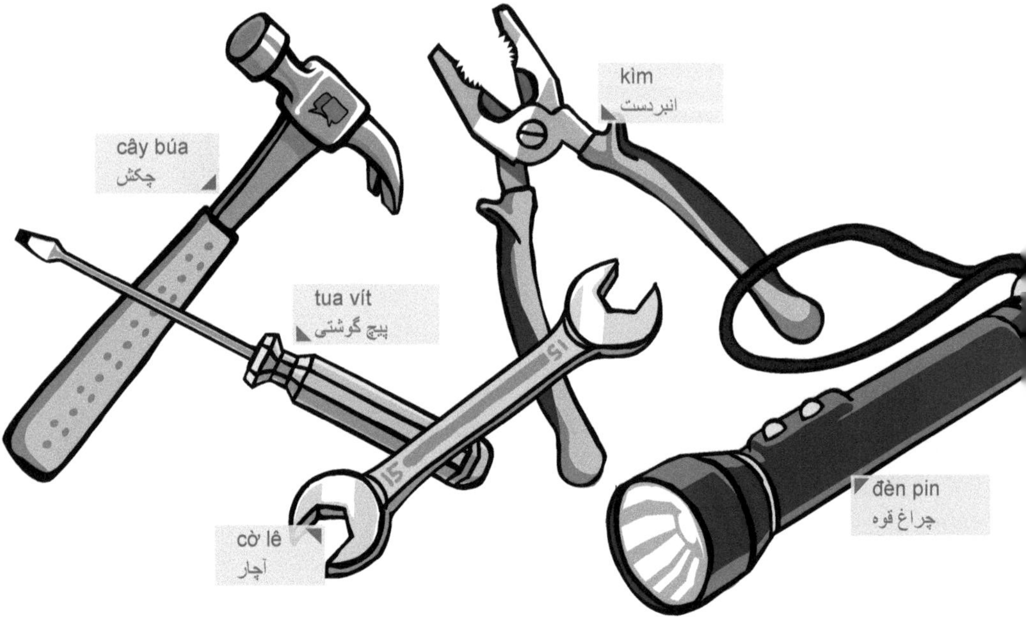
cây búa
چکش
kìm
انبردست
tua vít
پیچ گوشتی
cờ lê
آچار
đèn pin
چراغ قوه

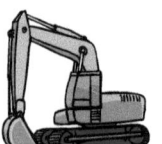

máy xúc đất

بیل مکانیکی

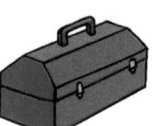

hộp dụng cụ

جعبه ابزار

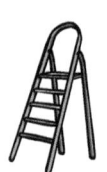

cái thang

نردبان

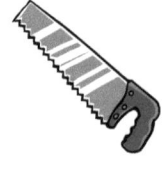

cưa

ارّه

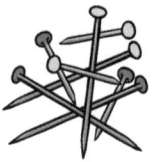

đinh

میخ

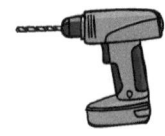

máy khoan

مته

sửa chữa

تعمیر کردن

cái xẻng

بیل

khốn nạn!

لعنتی!

cái hót rác

خاک انداز

thùng sơn

سطل رنگرزی

vít

پیچ

nhạc cụ

آلات موسیقی

loa
بلندگر

bộ trống
درامز

đàn ghi ta
گیتار

đàn công tra bát
کنترباس

kèn trompet
تْرومپت

đàn piano

پیانو

đàn vĩ cầm

ویولن

ghi ta bass

گیتار بیس

trống định âm

تیمپانی

trống

طبل

đàn organ

کیبورد الکتریک

kèn Saxophone

ساکسیفون

sáo

فلوت

micro

میکروفون

vườn bách thú
باغ وحش

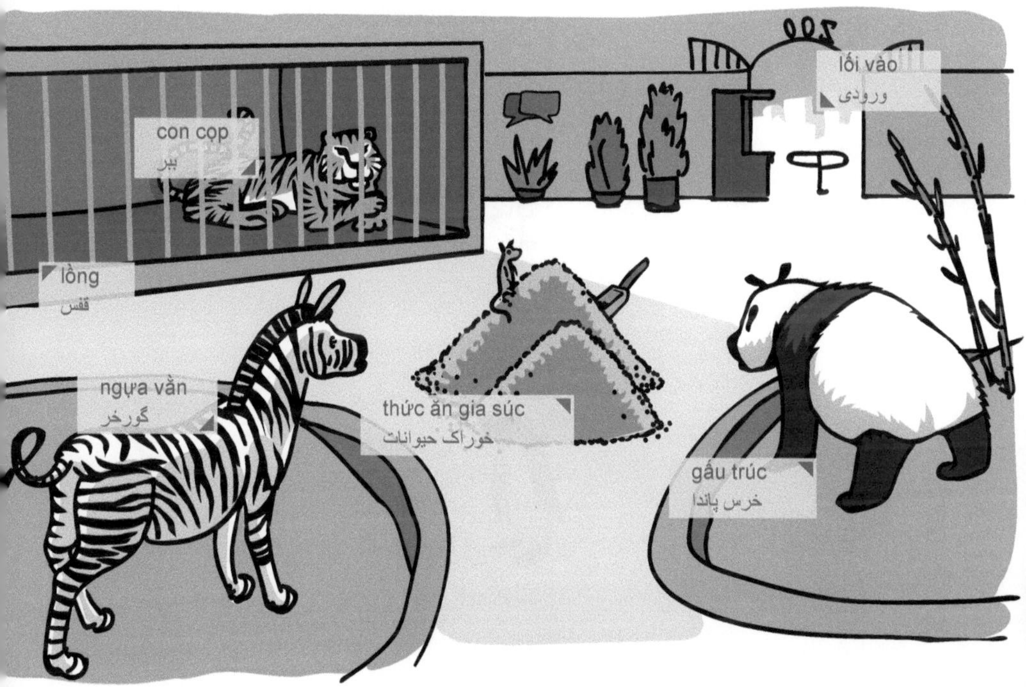

lối vào
ورودی
con cọp
ببر
lồng
قفس
ngựa vằn
گورخر
thức ăn gia súc
خوراک حیوانات
gấu trúc
خرس پاندا

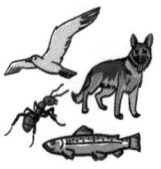

động vật

حیوانات

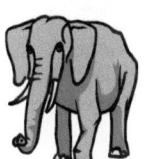

con voi

فیل

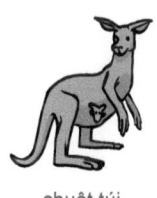

chuột túi

کانگورو

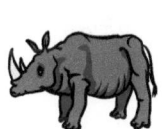

tê giác

کرگدن

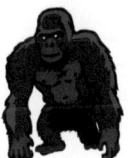

khỉ đột

گوریل

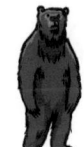

con gấu

خرس

lạc đà

شتر

đà điểu

شترمرغ

sư tử

شیر

con khỉ

میمون

hồng hạc

فلامینگو

con vẹt

طوطی

gấu bắc cực

خرس قطبی

chim cánh cụt

پنگوئن

cá mập

کوسه

con công

طاووس

con rắn

مار

cá sấu

تمساح

người trông giữ vườn bách
thú

نگهبان باغ وحش

hải cẩu

خوک آبی

báo đốm

پلنگ امریکایی

ngựa lùn

اسب كوچک

con báo

پلنگ

hà mã

اسب آبی

hươu cao cổ

زرافه

đại bàng

عقاب

heo rừng

گراز

cá

ماهی

con rùa

لاک پشت

hải mã

شیرماهی

con cáo

روباه

linh dương

غزال

bóng bầu dục Mỹ
فوتبال آمریکایی

đua xe đạp
دوچرخه سواری

quần vợt
تنیس

bóng rổ
بسکتبال

bơi
شنا

khúc côn cầu trên băng
هاکی روی یخ

đấm bốc
بوکس

bóng đá
فوتبال

cầu lông
بدمینتون

điền kinh
دوومیدانی

bóng ném
هندبال

trượt tuyết
اسکی

polo
پولو

các hoạt động
فعالیت ها

nhảy
پریدن
ôm
بغل کردن
cười
خندیدن
đi bộ
راه رفتن
ca hát
آواز خواندن
mơ
رؤیا دیدن
cầu nguyện
دعا کردن
hôn
بوسیدن

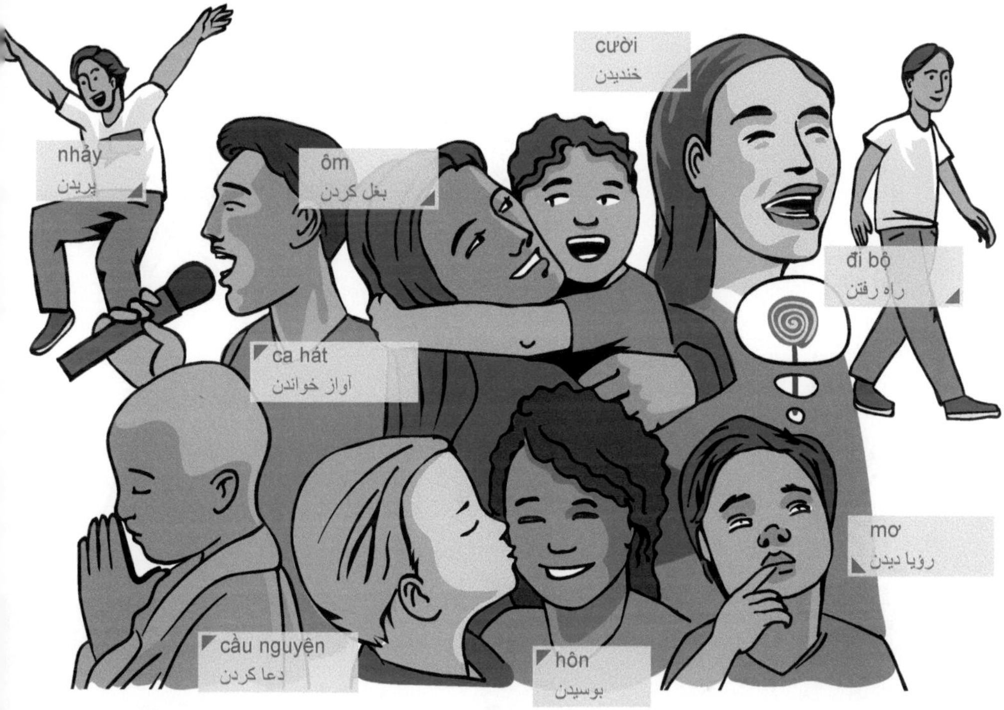

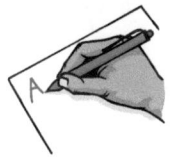

viết

نوشتن

vẽ

رسم کردن

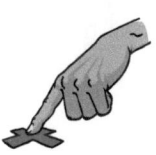

chỉ trỏ

نشان دادن

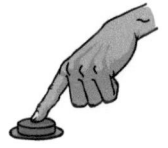

đẩy

هل دادن

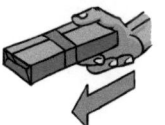

cho

دادن

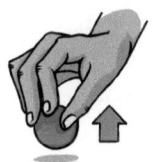

lấy đi

برداشتن

có

داشتن

làm

انجام دادن

thì / là

بودن

đứng

ایستادن

chạy

دویدن

kéo

کشیدن

ném

پرتاب کردن

rơi

افتادن

nằm

دراز کشیدن

chờ đợi

منتظر بودن

mang vác

حمل کردن

ngồi

نشستن

mặc quần áo

لباس پوشیدن

ngủ

خوابیدن

thức dậy

بیدار شدن

xem

تماشا کردن

khóc

گریه کردن

vuốt ve

نوازش کردن

chải

شانه کردن

nói chuyện

حرف زدن

hiểu

فهمیدن

câu hỏi

پرسیدن

nghe

شنیدن

uống

آشامیدن

ăn

خوردن

dọn dẹp

مرتب کردن

yêu

عاشق بودن

nấu nướng

پختن

lái xe

رانندگی کردن

bay

پرواز کردن

đi thuyền buồm

قایقرانی کردن

tính toán

محاسبه کردن

đọc

خواندن

học

یاد گرفتن

làm việc

کار کردن

cưới

ازدواج کردن

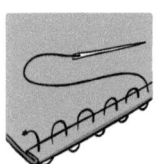

khâu vá

دوختن

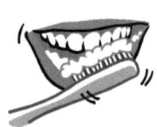

đánh răng

مسواک زدن

giết

کشتن

hút thuốc

سیگار کشیدن

gửi đi

فرستادن

gia đình
خانواده

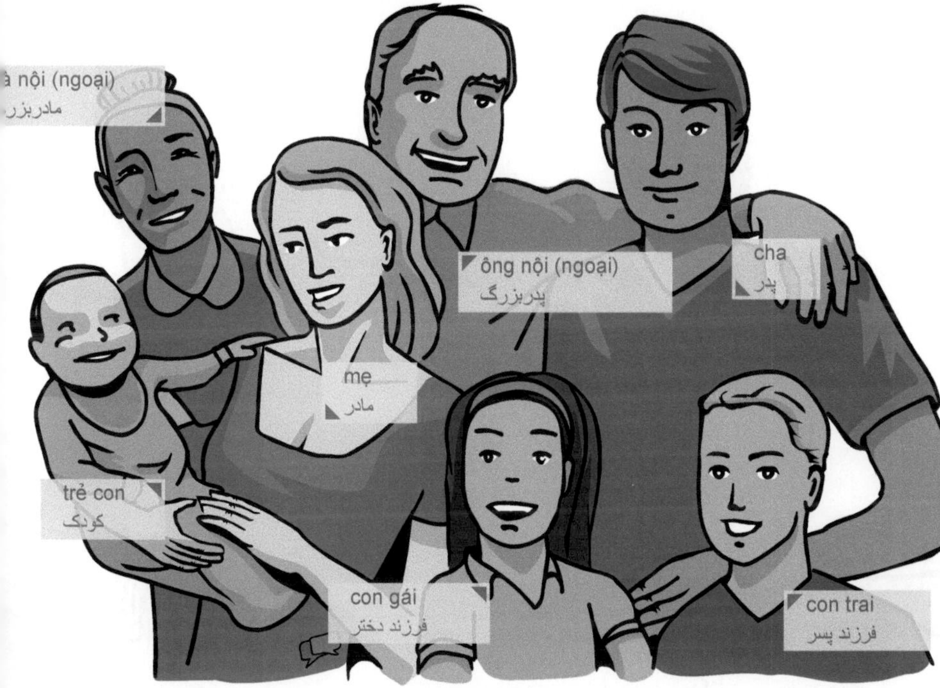
à nội (ngoại)
مادربزر
ông nội (ngoại)
پدربزرگ
cha
پدر
mẹ
مادر
trẻ con
کودک
con gái
فرزند دختر
con trai
فرزند پسر

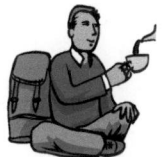

khách

مهمان

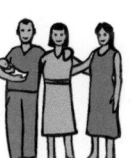

cô (dì)

خاله، عمه

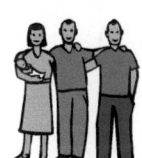

chú, bác (cậu)

دایی، عمو

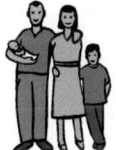

anh (em) trai

برادر

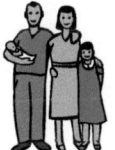

chị (em) gái

خواهر

cơ thể

بدن

trán
پیشانی
mắt
چشم
vai
شانه
ngón tay
انگشت دست
mặt
صورت
cằm
چانه
bàn tay
دست
chân
ساق پا
ngực
سینه
cánh tay
بازو

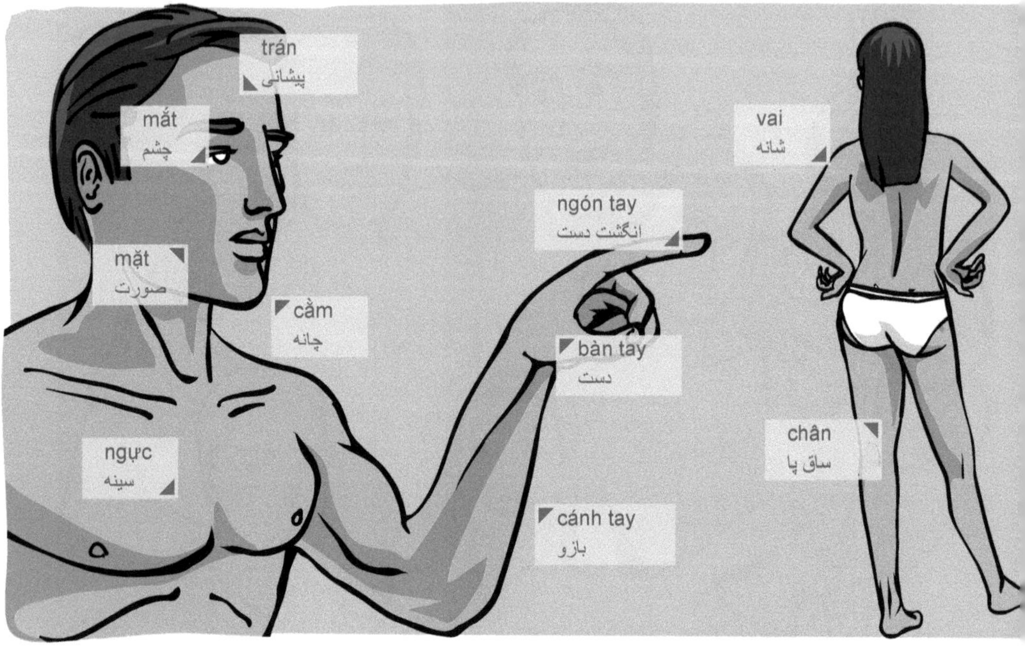

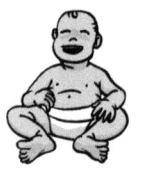

trẻ con

کودک

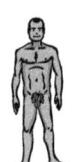

đàn ông

مرد

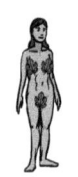

phụ nữ

زن

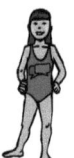

bé gái

دختربچه

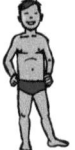

bé trai

پسربچه

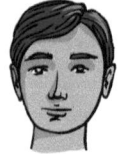

đầu

کله

lưng

کمر

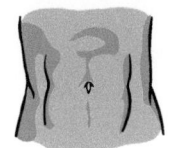

bụng

شکم

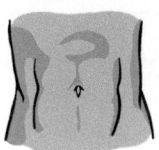

rốn

ناف

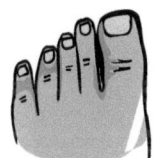

ngón chân

انگشت پا

gót chân

پاشنه

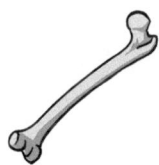

xương

استخوان

hông

لگن

đầu gối

زانو

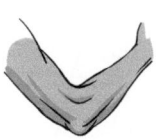

khuỷu tay

آرنج

mũi

بینی

mông

نشیمنگاه

da

پوست

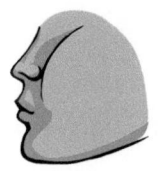

má

گونه

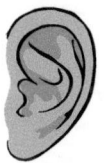

tai

گوش

môi

لب

miệng

دهان

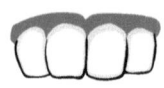

răng

دندان

lưỡi

زبان

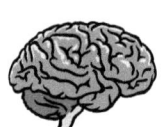

não

مغز

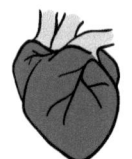

tim

قلب

cơ bắp

عضله

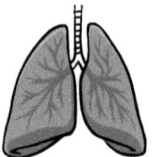

phổi

ریه

gan

کبد

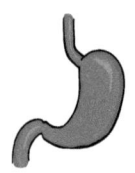

dạ dày

معده

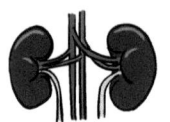

thận

کلیه

giao hợp

آمیزش جنسی

bao cao su

کاندوم

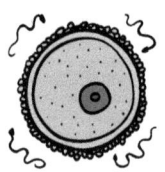

noãn

تخمک

tinh dịch

اسپرم

mang thai

حاملگی

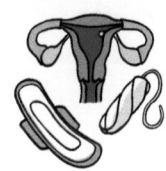

kinh nguyệt

پریود

âm vật

واژن

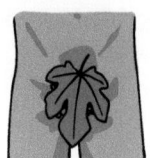

dương vật

آلت تناسلی مرد

lông mày

ابرو

tóc

مو

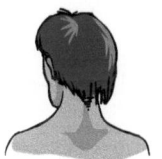

cổ

گردن

bệnh viện
بیمارستان

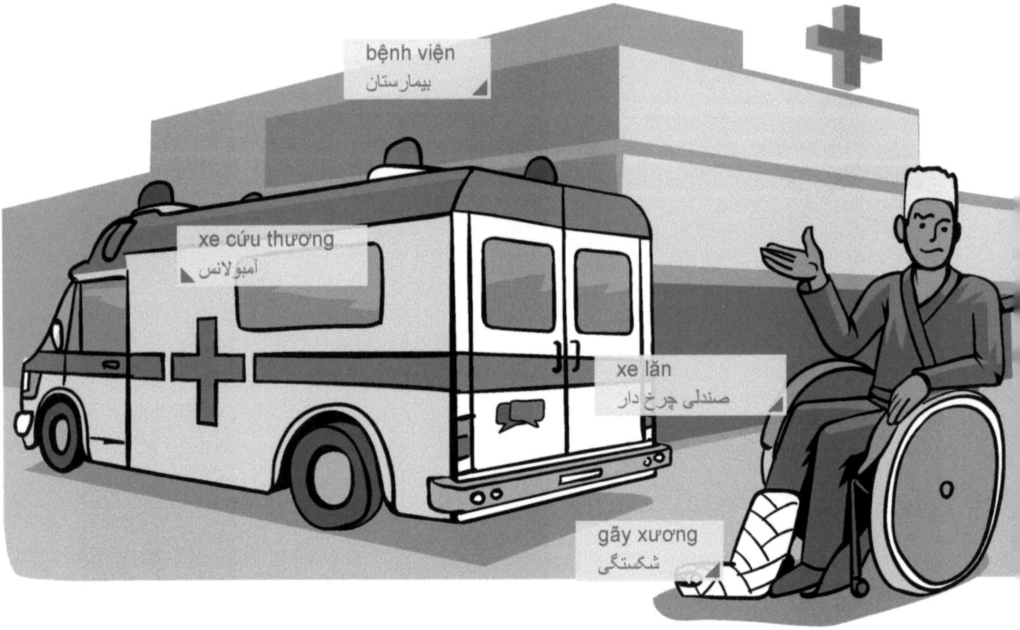

bệnh viện
بیمارستان
xe cứu thương
آمبولانس
xe lăn
صندلی چرخ دار
gãy xương
شکستگی

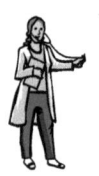

bác sĩ

دکتر

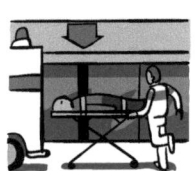

phòng cấp cứu

بخش اورژانس

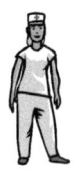

y tá

پرستار

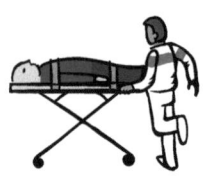

cấp cứu

موقعیت اضطراری

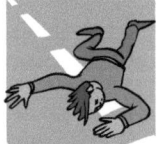

bất tỉnh

بی هوش

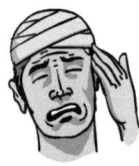

cơn đau

درد

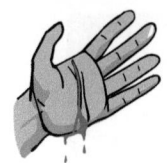

bị thương

مصدومیت

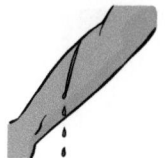

chảy máu

خونریزی

nhồi máu cơ tim

سکته قلبی

đột quỵ

سکته مغزی

dị ứng

آلرژی

ho

سرفه

sốt

تب

cúm

آنفولانزا

tiêu chảy

اسهال

đau đầu

سردرد

ung thư

سرطان

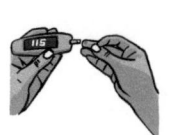

bệnh tiểu đường

دیابت

bác sĩ phẫu thuật

جراح

dao mổ

چاقوی جراحی

giải phẫu

عمل جراحی

chụp cắt lớp

سی تی اسکن

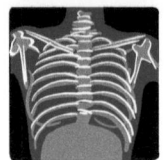

chụp x-quang

پرتونگاری

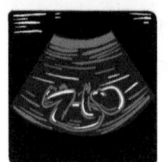

siêu âm

سونوگرافی

mặt nạ

ماسک صورت

bệnh

بیماری

phòng đợi

اتاق انتظار

cái nạng

چوب زیر بغل

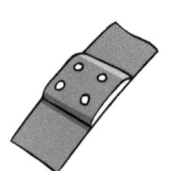

băng dán vết thương

چسب زخم

băng bó

پانسمان

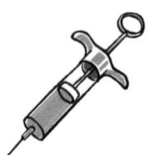

tiêm thuốc

تزریق

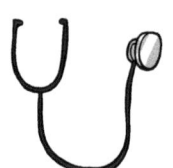

ống nghe khám bệnh

گوشی طبی

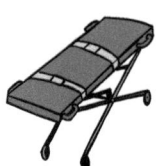

băng ca

برانکار

nhiệt kế

دماسنج

sinh đẻ

زایش

thừa cân

اضافه وزن

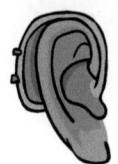

máy trợ thính

سمعک

chất khử trùng

ماده ضد غفونی کننده

nhiễm trùng

عفونت

vi rút

ویروس

HIV / AIDS

اچ آی وی / ایدز

thuốc

دارو

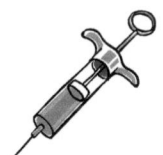

tiêm chủng

واکسیناسیون

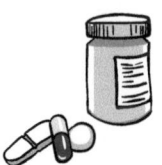

thuốc viên

قرص

viên thuốc

قرص ضد حاملگی

gọi cấp cứu

تماس اظطراری

máy đo huyết áp

دستگاه اندازه گیری فشارخون

bệnh / khỏe mạnh

مریض / سالم

cứu!

کمک!

báo động

آژیر خطر

cuộc đột kích

حمله

sự tấn công

حمله ی فیزیکی

mối nguy hiểm

خطر

lối thoát hiểm

خروج اظطراری

cháy!

آتش

bình chữa cháy

کپسول آتش‌نشانی

tai nạn

تصادف

bộ dụng cụ sơ cứu

جعبه کمک های اولیه

SOS

درخواست کمک

cảnh sát

پلیس

châu Âu

اروپا

Bắc Mỹ

آمریکای شمالی

Nam Mỹ

آمریکای جنوبی

châu Phi

آفریقا

châu Á

آسیا

châu Úc

استرالیا

Đại Tây Dương

اقیا نوس اطلس

Thái Bình Dương

اقیانوس آرام

Ấn Độ Dương

اقیانوس هند

Nam Cực Dương

اقیا نوس اطلس جنوبی

Bắc Băng Dương

اقیانوس منجمد شمالی

bắc cực

قطب شمال

nam cực
....
قطب جنوب

nam cực
....
قاره قطب جنوب

trái đất
....
كره زمين

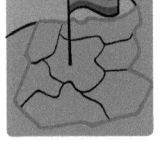

đất liền
....
سرزمین

biển
....
دریا

đảo
....
جزیره

quốc gia
....
ملت

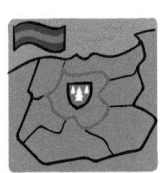

nhà nước
....
كشور

mặt đồng hồ

صفحه ی ساعت

kim chỉ giờ

ساعت شمار

kim chỉ phút

دقیقه شمار

kim chỉ giây

ثانیه شمار

Bây giờ là mấy giờ?

ساعت چند است؟

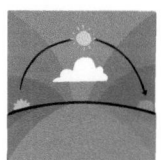

ngày

روز

thời gian

زمان

bây giờ

اکنون

đồng hồ điện tử

ساعت دیجیتال

phút

دقیقه

giờ

ساعت

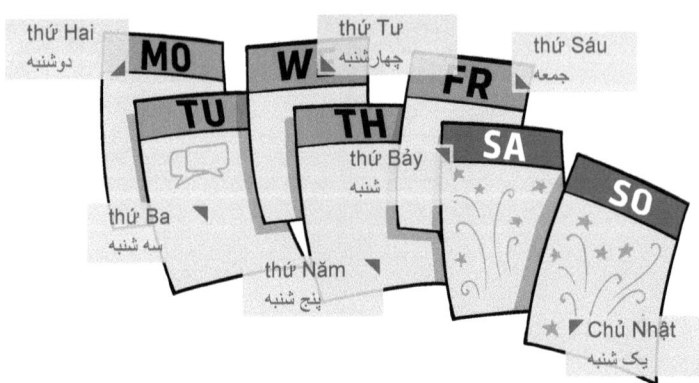

thứ Hai دوشنبه — MO
thứ Tư چهارشنبه — W
thứ Sáu جمعه — FR
thứ Ba سه شنبه — TU
thứ Năm پنج شنبه — TH
thứ Bảy شنبه — SA
Chủ Nhật یک شنبه — SO

hôm qua

دیروز

hôm nay

امروز

ngày mai

فردا

buổi sáng

صبح

buổi trưa

ظهر

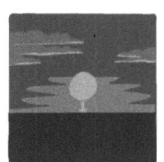

buổi tối

غروب

MO	TU	WE	TH	FR	SA	SU
1	2	3	4	5	6	7
8	9	10	11	12	13	14
15	16	17	18	19	20	21
22	23	24	25	26	27	28
29	30	31	1	2	3	4

ngày làm việc

روزهای کاری

MO	TU	WE	TH	FR	SA	SU
1	2	3	4	5	6	7
8	9	10	11	12	13	14
15	16	17	18	19	20	21
22	23	24	25	26	27	28
29	30	31	1	2	3	4

cuối tuần

آخر هفته

năm

سال

mưa
باران
cầu vồng
رنگین کمان
tuyết
برف
gió
باد
mùa xuân
بهار
mùa thu
پاییز
mùa hè
تابستان
mùa đông
زمستان

4.APRIL 11°
5.APRIL 4°
6.APRIL 13°
7.APRIL 8°
8.APRIL 10°

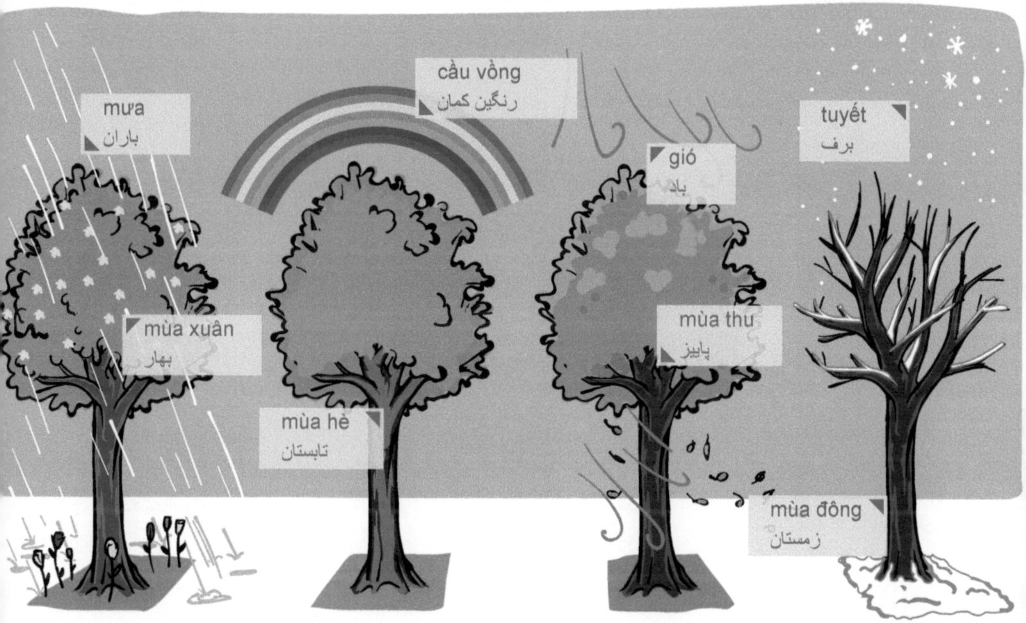

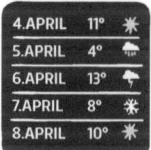

dự báo thời tiết

پیش‌بینی اوضاع جوی

F C
120 40
90 30
60 20
30 10
0 0
-30 -10
-20

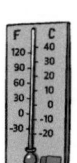

nhiệt kế

دماسنج

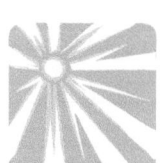

ánh nắng

تابش آفتاب

mây

ابر

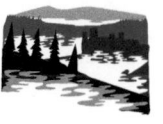

sương mù

مِه

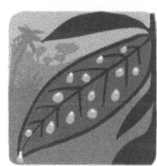

độ ẩm không khí

رطوبت هوا

tia chớp

صاعقه

sấm sét

آسمان غره

cơn bão

طوفان

mưa đá

تگرگ

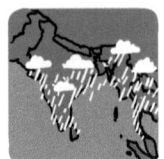

gió mùa

باد موسمی

lũ lụt

سیل

nước đá

یخ

tháng Một

ژانویه

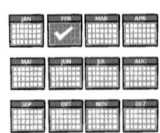

tháng Hai

فوریه

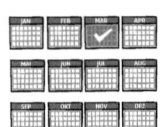

tháng Ba

مارس

tháng Tư

آوریل

tháng Năm

مه

tháng Sáu

ژوئن

tháng Bảy

ژوئیه

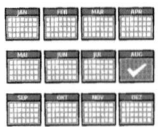

tháng Tám

آگوست

năm - سال

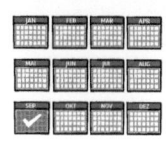

tháng Chín

سپتامبر

tháng Mười

أكتبر

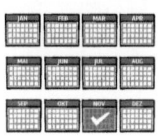

tháng Mười Một

نوامبر

tháng Mười Hai

دسامبر

hình dạng

أشكال

hình tròn

دايره

hình vuông

مربع

hình chữ nhật

مستطيل

hình tam giác

سه گوش

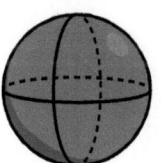

hình cầu

گره

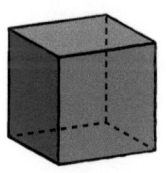

khối vuông

مكعب مربع

màu trắng

سفید

màu vàng

زرد

màu cam

نارنجی

màu hồng

صورتی

màu đỏ

قرمز

màu tím

بنفش

màu xanh dương

آبی

màu xanh lá cây

سبز

màu nâu

قهوه ای

màu xám

خاکستری

màu đen

سیاه

nhiều / ít
....
خیلی / کم

tức tối / điềm tĩnh
....
خشمگین / آرام

xinh đẹp / xấu xí
....
زیبا / زشت

bắt đầu / kết thúc
....
شروع / پایان

to / nhỏ
....
بزرگ / کوچک

sáng / tối
....
روشن / تیره

anh (em) trai / chị (em) gái
....
برادر / خواهر

sạch / bẩn
....
تمیز / آلوده

đủ / thiếu
....
کامل / ناقص

ngày / đêm
....
روز / شب

chết / sống
....
مرده / زنده

rộng / chật hẹp
....
پهن / باریک

ăn được / không ăn được

قابل خوردن / غیر قابل خوردن

ác / tử tế

غضبناک / مهربان

hào hứng / chán nản

هیجان زده / بی حوصله

béo / gầy

چاق / لاغر

đầu tiên / cuối cùng

اولین / آخرین

bạn / thù

دوست / دشمن

đầy / rỗng

پر / خالی

cứng / mềm

سفت / نرم

nặng / nhẹ

سنگین / سبک

đói / khát

گرسنگی / تشنگی

bệnh / khỏe mạnh

مریض / سالم

bất hợp pháp / hợp pháp

غیرقانونی / قانونی

thông minh / ngu

باهوش / خنگ

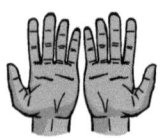

trái / phải

چپ / راست

gần / xa

نزدیک / دور

mới / cũ

نو / استفاده شده

không có gì cả / có cái gì đó

هیچ چیز / چیزی

già / trẻ

پیر / جوان

bật / tắt

روشن / خاموش

mở / đóng

باز / بسته

im lặng / ồn ào

آهسته / بلند

giàu / nghèo

ثروتمند / فقیر

đúng / sai

درست / غلط

sần sùi / mịn màng

زبر / صاف

buồn / vui

غمگین / خوشحال

ngắn / dài

کوتاه / بلند

chậm / nhanh

کند / تند

ẩm ướt / khô ráo

تر / خشک

ấm áp / mát mẻ

گرم / خنک

chiến tranh / hòa bình

جنگ / صلح

0
số không

صفر

1
một

یک

2
hai

دو

3
ba

سه

4
bốn

چهار

5
năm

پنج

6
sáu

شش

7
bảy

هفت

8
tám

هشت

9
chín

نه

10
mười

دَه

11
mười một

یازده

12

mười hai

دوازده

13

mười ba

سیزده

14

mười bốn

چهارده

15

mười lăm

پانزده

16

mười sáu

شانزده

17

mười bảy

هفده

18

mười tám

هجده

19

mười chín

نوزده

20

hai mươi

بیست

100

một trăm

صد

1.000

một ngàn

هزار

1.000.000

một triệu

میلیون

tiếng Anh

انگلیسی

tiếng Anh Mỹ

انگلیسی آمریکایی

tiếng Quan Thoại

چینی ماندارین

tiếng Hin-di

هندی

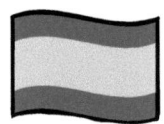

tiếng Tây Ban Nha

اسپانیایی

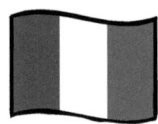

tiếng Pháp

فرانسوی

tiếng Ả-rập

عربی

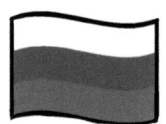

tiếng Nga

روسی

tiếng Bồ Đào Nha

پرتغالی

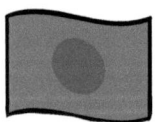

tiếng Bengal

بنگالی

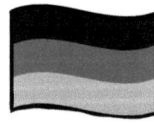

tiếng Đức

آلمانی

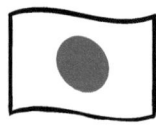

tiếng Nhật

ژاپنی

tôi

من

bạn

تو

anh ta / cô ta / nó

او

chúng tôi

ما

các bạn

شما

họ

آنها

ai?

چه کسی؟ کی؟

cái gì?

چی؟

như thế nào?

چگونه؟

ở đâu?

کجا؟

lúc nào?

کی؟

tên

نام

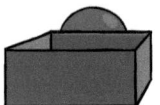

phía sau

پشت

ở trong

توی

phía trước

جلو

phía trên

بالای

ở trên

روی

ở dưới

زیر

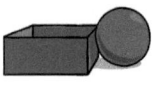

bên cạnh

مجاور

ở giữa

بین

chỗ

مکان